Virtual Sex in Dreamscape Mode – Kannada

Dreamscape ಮೋಡ್‌ನಲ್ಲಿ

ವರ್ಚುವಲ್ ಸೆಕ್ಸ್

ನನ್ನ ಅದ್ಭುತ ಪತ್ನಿ ಟೆರ್ರಿ, ನನ್ನ ಎರಡು ಮಕ್ಕಳು ಅಲೆಕ್ ಮತ್ತು ಇಯಾನ್ ಈ ಪುಸ್ತಕ ಅರ್ಪಿಸುತ್ತೇನೆ.

ಈ ವಿಜ್ಞಾನ ಒಂದು ಕೃತಿ. ವ್ಯಕ್ತಿಗಳು

ದೇಶ, ಅಥವಾ ಸತ್ತ, ಯಾವುದೇ

ಹೋಲಿಕೆಯನ್ನು ಕೇವಲ ಕಾಕತಾಳೀಯ

ಆಗಿದೆ.

ಇಲ್ಲ, ರಾನ್ ಕೊನೆಯ ಸಂಪರ್ಕವನ್ನು ಆದ್ದರಿಂದ ಈಗ ಕೆಲಸ ನೋಡೋಣ ಇಲ್ಲಿದೆ, ಭಾವಿಸಲಾಗಿದೆ.

ಅವರು ಕೇವಲ ಖರೀದಿಸುತ್ತಿದ್ದರು ಹೊಸ ವರ್ಚುಯಲ್ ರಿಯಾಲಿಟಿ ಯಂತ್ರ (VRM) ಮೇಲೆ ನೋಡಲು ಎದ್ದುನಿಂತ. ಇದು ಕೇವಲ ಎರಡು ಗಂಟೆಗಳ ಕಾಲ ಮಾರುಕಟ್ಟೆಯಲ್ಲಿ, ಕಲೆಯ ರಾಜ್ಯದ ಮತ್ತು ಇದು ದೇಶಾದ್ಯಂತ ಮಾರಾಟ ಮಾಡಿದ್ದ ಕೆಲವು ಸಾವಿರ ಇತರರೊಂದಿಗೆ ಅವರ. ಇದು ಸೌಂದರ್ಯ ಆಗಿತ್ತು. ನಯಗೊಳಿಸಿದ ಕಪ್ಪು ಅದು ಕೇವಲ ವಿದ್ಯುನ್ಮಾನ ದ್ವಿದಳ ಪ್ರಯಾಣ ಸಾಧ್ಯವೆಂದು ಜಗತ್ತಿನಲ್ಲಿ ವಿದೇಶ ಎಲ್ಲಾ ಬೆಳಕಿನ ಎಳೆದುಕೊಳ್ಳಲು ಎಂದು ಬಹುತೇಕ ವೇಳೆ ಮಾಹಿತಿ, ಒಳ ಬೆಳಕಿನ ಹಿಡಿಯುತ್ತಿರುವ ಗ್ರಹಿಸಿಕೊಂಡು ಮಿಂಚಿದರು.

ರಾನ್ ಮಾತ್ರ ಎಲ್ಲಾ ಸ್ವಿಚ್ಗಳು ಮತ್ತು ಹೊಳೆಯುವ ದೀಪಗಳಿಂದ ನಿಯಂತ್ರಣ ಮಂಡಳಿಯ ನಲ್ಲಿ ಬಿರುನೋಟ ಚಾಲಕ ತಂದೆಯ ಕುರ್ಚಿಯಲ್ಲಿ ಕುಳಿತುಕೊಂಡಾಗ. ಅವರು ಬಯಸಿದರು ಏನು ಫಲಕ ಹೊಂದಿಸಲು ಮುಂದೆ leaned ಮೊದಲು ಇದು ಒಂದು ಕ್ಷಣ ಮಾತ್ರ. ಅವರು ಮಾಡಿದಾಗ ಅವರು ಹೊಡೆಯುವ ಮುನ್ನ ಮುಖವಾಡ ಮೇಲೆ ಬಟನ್ ಆರಂಭಿಸಲು. ಈ ಮುಖವಾಡ ಆನ್ ಮತ್ತು ಅವುಗಳನ್ನು ನಿಜವಾದ ಅಭಿಪ್ರಾಯ ಮಾಡಲು, ವಾಸ್ತವ ಪರಿಣಾಮಗಳನ್ನು ರವಾನೆಯಾಗುತ್ತದೆ ಇದು ದೇಹದ ಸೂಟ್, ಅವನನ್ನು ಸುತ್ತಿ. ತಕ್ಷಣ ಸೂಟ್ ಸಂಪೂರ್ಣವಾಗಿ ಕ್ರಿಯಾತ್ಮಕ ಎಂದು ಅವರು ಮಾಡಿದರು ಯಂತ್ರವಾಗಿದ್ದು ಹೊಂದಿದ್ದ ವಿಶ್ವದ ಉಳಿದ ಅವರನ್ನು ಆನ್ಲೈನ್ ಪಡೆಯಲು ಸಂಪರ್ಕ ಗುಂಡಿಯನ್ನು ಒತ್ತಿ. ಸೆಕೆಂಡುಗಳು ವಸ್ತುವೊಂದರ ಅವನನ್ನು ಸುತ್ತಮುತ್ತಲಿನ ಬಾಗಿಲು ಒಂದು ಸೆಟ್ ಇತ್ತು. ತಕ್ಷಣ ಅವರ ಮುಂದೆ ಒಂದು, ಇದು ಮುಂದೆ, ಹೆಸರನ್ನು 'ಆಲ್

ಸ್ಟಾರ್ ಬೇಸ್ ಬಾಲ್' ನಡೆಸಿತು ಬಲಭಾಗದಲ್ಲಿ, ಲೀಗ್ ಸಾಕರ್ ಪ್ರಮುಖ ಮತ್ತು ಎಡಕ್ಕೆ ಬಾಕ್ಸಿಂಗ್ ಆಗಿತ್ತು. ಅವರು ಸುಮಾರು ನಿಧಾನವಾಗಿ ಟರ್ನಿಂಗ್ ಬಾಗಿಲುಗಳು ನೂರು ನೀವು ಮಾಡುವ ಯೋಚಿಸಬಹುದು ಕೇವಲ ಬಗ್ಗೆ ಎಲ್ಲವೂ ಇದ್ದವು ನೋಡಬಹುದು. ಅವರು ಬಲ ಅವನನ್ನು ಹಿಂದೆ ಹೊಂದಿತು ಒಂದು, ಆಳ ಸಮುದ್ರದ ಮೀನುಗಾರಿಕೆಗೆ ಕಂಡುಹಿಡಿದರು. ರಾನ್ ಅವರು ಈಗಾಗಲೇ ಸುಮಾರು ಆರು ಇತರ ವಾಸ್ತವ ಪ್ರಯಾಣಿಕರು ಮೀನುಗಾರಿಕೆ ದೊಡ್ಡ ಮೀನುಗಾರಿಕಾ ದೋಣಿ ಹಿಂಭಾಗದಲ್ಲಿ ನೋಡಬಹುದು ಇನ್ಸೈಡ್ ಒಂದು ಗರಿಷ್ಠ ಸೈನ್ ತೆಗೆದುಕೊಳ್ಳಲು ಈ ಒಂದು ಹತ್ತಿದರು. ಅವರು ಹೇಗೆ ಹೇಳಲು ಸಾಧ್ಯವಾಗಲಿಲ್ಲ ಆದರೆ ಅವರು ಆಟದ ಜನರು ಮತ್ತು ಆಟಗಾರರು ಅವು ಇದು ಲೆಕ್ಕಾಚಾರ ಸಾಧ್ಯವಾಯಿತು. ರಾನ್ ಅವರು ಕಾಣಬಹುದು ಬೇರೆ ಏನು ನೋಡಲು ಬಾಗಿಲು ಮುಚ್ಚಿದೆ. ಮೀನುಗಾರಿಕೆ ಒಂದರಿಂದ ಕೆಲವು ಬಾಗಿಲುಗಳು, ಒಂದು ಲೇಬಲ್ ವಾಸ್ತವ ಲೈಂಗಿಕ ಆಗಿತ್ತು. ಅವರು

ಅಂತಿಮವಾಗಿ, ಇದು ಹತ್ತಿರ ನಿಧಾನವಾಗಿ ತೆರೆದ, ತದನಂತರ ಸ್ಟೈನ್ ಹೋದರು ಮೊದಲು ಅವರು ಈ ಬಾಗಿಲ ಮೇಲೆ ಕೆಲವು ನಿಮಿಷಗಳ ಕಾಲ

ಮೊದಲ ಕೋಣೆಯಲ್ಲಿ ಮಾತ್ರ ಹೆಚ್ಚು ಬಾಗಿಲು ನಡೆದ ಆದರೆ ಈ ಅವರನ್ನು ಹಿಂದೆ ಸುಲಭವಾಗಿ ನಿರೀಕ್ಷಿಸಬಹುದು ಏನು ಅವರನ್ನು ಚಿತ್ರಗಳನ್ನು ಹೊಂದಿತ್ತು. ಹಾಲ್ ಕೆಳಗೆ ನಿಧಾನವಾಗಿ ವಾಕಿಂಗ್ ಅವರು ಒಂದೇ ಯುವತಿಯ ತೋರಿಸಿಕೊಟ್ಟಿತು ಒಂದು ಬಂದರು ಅವಳ ಕೂದಲು ಆಡುವಾಗ ಒಂದು ಹೂವಿನ ವಾಸನೆ. ಇದು ಪ್ರಣಯ ಹೊಂದಿರಬೇಕಿತ್ತು. ಚಿತ್ರವನ್ನು ಸರಿಹೊಂದುವುದಿಲ್ಲ ಎಂದು ಅವರು ಯೋಚಿಸಬಹುದು ಮತ್ತೇನಲ್ಲ. ಅಥವಾ ಅವರು ಅವರು ಬಾಗಿಲು ಹಿಂದೆ ವೇಳೆ ನಂತರ ಇದು ಸಂಭವಿಸಬಹುದಾಗಿದೆ ಏನು ನೋಡಲು ಶ್ರಮಕ್ಕೆ ಎಂದು, ಯುವತಿಯ ಆಫ್ ಅವನ ಕಣ್ಣುಗಳು ತೆಗೆದುಕೊಳ್ಳಬಹುದು. ಆದ್ದರಿಂದ ಬಾಗಿಲು ಅವರು ಹೋದರು.

ರಾನ್ ಬಹುತೇಕ ಅವನು ಕಂಡುಕೊಂಡರು ಯಾವ ಖಂಡಿತವಾಗಿಯೂ ಅಲ್ಲ ಹೇಗೆ ಯೋಚಿಸಿದರು ಯಾವುದೇ ತುಂಬಾ ವೇಗವಾಗಿ ನಿಲ್ಲಿಸಲು ಪ್ರಯತ್ನಿಸುವ ಅವನ ಮುಖದ ಮೇಲೆ ಬಿದ್ದಿತು.

MEADOW ಸ್ವಲ್ಪ ಹೊಂದಿರುವ ಮರಗಳು ಸುತ್ತುವರಿದ, ದೊಡ್ಡದಾಗಿದೆ, ಆದರೆ ಪೂರ್ಣ, ಸ್ಟ್ರೀಮ್ ತೀರುವೆ ಮಧ್ಯದಲ್ಲಿ ಮೂಲಕ ಚಾಲನೆಯಲ್ಲಿರುವ. ಅವರು ತಮ್ಮ ಯುವ ಶಾಖೆಯಿಂದ ಶಾಖೆ ಸಭೆ ಆಹಾರ flitted ಮಾಹಿತಿ ಹಾಡು ಹಕ್ಕಿಗಳು ಮರಗಳು ಉದ್ದಕ್ಕೂ chirped. ನಂತರ ವಾಸನೆ ಹೊಡೆಯುತ್ತಾರೆ. ಹೆಚ್ಚುವ ತಾಜಾತನವನ್ನು ಮರುಹುಟ್ಟಿನ ಹೊಸ ವಾಸನೆ, ಆಗಿತ್ತು. ಇದು ವಸಂತ ವಾಸನೆ ಆಗಿತ್ತು. ಸೂರ್ಯ ಆಕಾಶದಲ್ಲಿ ಕುಳಿತು ರೀತಿಯಲ್ಲಿ ಇದು ಊಟದ ಸಮಯ ಬಗ್ಗೆ, ಆರಂಭದಲ್ಲಿ ಮಧ್ಯಾಹ್ನ ತೋರಿಸಿದ್ದು, ಅಥವಾ ಇದನ್ನು ಮುಚ್ಚಿ. ಆದರೆ ಈ ಯಾವುದೇ ಅವನನ್ನು ನಿಲ್ಲಿಸಿ ಏನು. ಇದು ಮುಂದೆ, ತೀರುವೆ

ಮಧ್ಯದಲ್ಲಿ ಯಾವ ಆಗಿತ್ತು ಅವನನ್ನು ಹಾಗೆ ಇದ್ದಕ್ಕಿದ್ದಂತೆ ನಿಲ್ಲಿಸಲು jarred ಇದು ಸ್ಟ್ರೀಮ್,. ಇದು ಬಾಗಿಲನ್ನು ಯುವತಿಯ ಆಗಿತ್ತು. ಆದರೆ ಚಿತ್ರವನ್ನು ತನ್ನ ಯಾವುದೇ ನ್ಯಾಯ ಮಾಡಿದರು. ಬೇರಾರಿಗೂ ಅವಳು ಸ್ವಲ್ಪ ತುಂಬಾ ಕಡಿಮೆ ಎಂದು. ಅಥವಾ ಸ್ವಲ್ಪ ಹೆಚ್ಚು. ಅಥವಾ ಅವಳ ಕೂದಲು ಕಪ್ಪು ಮತ್ತು ಹೊಂಬಣ್ಣದ ಇರಲಿಲ್ಲ. ಆದರೆ ರಾನ್ ಆಕೆ ಅವರು ಎಂದಿಗೂ ತಮ್ಮ ಜೀವನದಲ್ಲಿ ಕಂಡ ಅತ್ಯಂತ ಸುಂದರ ಮಹಿಳೆ. ಇವರು 25 ಅವರ ವಯಸ್ಸು ಒಂದು ವರ್ಷ ನೀಡಲು ಅಥವಾ ಪಡೆಯಲು ಬಗ್ಗೆ ಹೊಂದಿರಬೇಕಿತ್ತು ಊಹಿಸಿದಂತೆ ಆಕೆ ಎರಡೂ ಹಳೆಯ ನೋಡಲಿಲ್ಲ. ಅವರು ನೀಲಿ ಹತ್ತಿ ಕಿರುಚಿತ್ರಗಳ ಒಂದು ಜೋಡಿಯ ಮೇಲೆ V-ಕುತ್ತಿಗೆ ಒಂದು ಸಡಿಲವಾಗಿ ಜೋಡಿಸಿರುವ, ಚಿನ್ನದ ಹತ್ತಿ ಟಿ ಧರಿಸುತ್ತಾರೆ ಮಾಡಲಾಯಿತು. ತಾನು ಯಾವುದೇ ಸ್ತನಬಂಧ ಅಥವಾ ಇತರ ರೀತಿಯ ಬೆಂಬಲ ಧರಿಸಿದ್ದರು ಹೇಳಲು ಸಾಧ್ಯವಾಗಲಿಲ್ಲ. ಆದರೂ ಅದು ತನ್ನ

ಆದ್ದರಿಂದ ಇಷ್ಟವಾಗುವ ಮಾಡಿತು ಎಲ್ಲಾ ಉಡುಪು ಧರಿಸಿದ್ದನು ಪರಿಕಲ್ಪನೆಯಾಗಿತ್ತು. ಅವಳು ಧರಿಸಿದ್ದ ಏಕೆ ಒಂದು ಕಾಲದ ಅತ್ಯಂತ ಜನರು ಎಲ್ಲಾ ಏನೂ ಧರಿಸಿದ್ದರು ಅವನು ಅರ್ಥವಾಗಲಿಲ್ಲ. ಅವರು ನಂಬಿಕೆ ಮೀರಿ ಬೆಸ ಕಂಡುಕೊಂಡರು ವಿಷಯ ಅವಳು ಪಿಕ್ನಿಕ್ ಎಲ್ಲಾ ತುಣುಕುಗಳ ಒಂದು ಹೊದಿಕೆ ಔಟ್ ಹಾಕಿದ ಮಾಡಲಾಯಿತು ಪರಿಕಲ್ಪನೆಯಾಗಿತ್ತು. ಯಾವುದೇ ಏಕ-fridges, ಯಾವುದೇ ಮಾಣಿಗಳು, ಸಹಾಯಕರು ಅಥವಾ ತಮ್ಮ ಹೊರತುಪಡಿಸಿ ಬೇರೆ ಯಾರಿಗೂ ಇರಲಿಲ್ಲ. ಮತ್ತು ಈಗ ಅವರಿಗೆ. ಅವಳು ನೋಡಲು ವರ್ಷವಾದಾಗ, ಅವರು ಸುಮಾರು ಬಿಡಲು ಆಗಿತ್ತು.

"ಹೈ." ಅವರ ಧ್ವನಿ MEADOW ಅಡ್ಡಲಾಗಿ ಅವನಿಗೆ ಮೆದುವಾಗಿ ತೇಲುತ್ತಿತ್ತು. ಬಹುತೇಕ ಮಹಡಿಗೆ ತೇಲುತ್ತಿರುವ ಒಂದು ರೇಷ್ಮೆ ಕರವಸ್ತ್ರ ಹಾಗೆ. "ನಾನು ಎಂದು ನಾನು ಒಂದು ಕ್ಷಣ ಚಿಂತನೆ ಇಂದು ನನ್ನ ಮೂಲಕ ಎಲ್ಲಾ ತಿನ್ನುವುದು. ನೀವು ಹಸಿವಿನಿಂದ ನೀವು ಏಕೆ

ನೀವು ಮೇಲೆ ಬಂದು ನನ್ನ ಜೊತೆ ಇಲ್ಲ. ನಾನು ಕೆಲವು Company ಬಯಸುತ್ತೀರಿ, ನಾನು ಕೆಲವು ಬಾರಿ ಇಲ್ಲಿ ಭೇಟಿ ಹೊಂದಿಲ್ಲ. ನಾನು ಅವರು ಅದು ಬಿಸಿ ಮತ್ತು ವೇಗವಾಗಿ ಪಡೆಯುವುದು ಅಲ್ಲಿ ಸ್ಥಳಗಳಿಗೆ ಹೋಗಿ ನೀವು ಆಲೋಚಿಸುತ್ತೀರಿ. ಔಟ್ ಬೇಗ ತ್ವರಿತ ಮತ್ತು. "

"ಆದ್ದರಿಂದ ಏಕೆ ನೀವು ಇಲ್ಲಿದ್ದೀರಿ?" ರಾನ್ ಪ್ರಶ್ನೆಯನ್ನು ಯೋಚಿಸಿದ್ದೆವು ಮತ್ತು ಅವನು ಕೇಳಿದ್ದು ಯಾವ ಇರಲಿಲ್ಲ ಅರಿತುಕೊಂಡ.

"ನಾನು ಒಂದು ರೊಮ್ಯಾಂಟಿಕ್ ಮನುಷ್ಯ. ನಾನು ಬಹಳಷ್ಟು ದೀರ್ಘ ಡೇಟಿಂಗ್ ಸಂಬಂಧ, ಮದುವೆ, ನಂತರ ಲೈಂಗಿಕ, ಮತ್ತು ಕೆಲವು ವರ್ಷಗಳ ಕೆಲವು ಮಕ್ಕಳು ನಂತರ ಹೊಂದಿರುವ, ಪ್ರೀತಿಯಲ್ಲಿ ಬೀಳುವ, ಸರಿಯಾದ ಕಂಡುಹಿಡಿಯುವ ಬಗ್ಗೆ." ಅವಳು

ಅವನನ್ನು ವೀಕ್ಷಿಸಿದರು ಒಂದು ಕ್ಷಣ ಮಾತನಾಡುವ ನಿಲ್ಲಿಸಿತು.

"ನೀವು ಇಲ್ಲಿ ಇನ್ನೂ ಕೋರುತ್ತೀವೆ? ಎಲ್ಲರಿಗಾಗಿ ಬಾಗಿಲು ಫಾರ್ ಪಲಾಯನ ಈ ವೇಳೆಗೆ. ಆದ್ದರಿಂದ ಇಲ್ಲಿ ನೀವು ಕೀಪಿಂಗ್ ಏನನ್ನು?"

"ನಾನು ನಿಜವಾಗಿಯೂ ಗೊತ್ತಿಲ್ಲ ಸತ್ಯ ಹೇಳಲು ಮಾಡಲು. ನೀವು ಹೇಳಿದರು ಬಂದಿದೆ ಎಲ್ಲವೂ ಅಂತ ಫ್ಲಾಶ್‌ನಲ್ಲಿ ಬಿಟ್ಟು ಮಾಡಿದ ಆದರೆ ನೀವು ತುಂಬಾ ಆಸಕ್ತಿದಾಯಕ ಇರುತ್ತವೆ. ನಾನು ಔಟ್ ಮಾಡಲು ಹೇಗೆ ಖಾತರಿಯಿಲ್ಲ ಮನುಷ್ಯ." ರಾನ್ ಅವಳ ಪಕ್ಕದಲ್ಲಿ ನಿಲ್ಲಲು ಮೇಲೆ ಹೊರನಡೆದರು. ಇಲ್ಲ ಬೇಗ ಅವನು ಅರ್ಥವಾಗಿಲ್ಲ ಒಂದು ದೌರ್ಬಲ್ಯ ಭಾವಿಸಿದರು ನಂತರ ನಿಲ್ಲಿಸಿದ. ಹೇಗಾದರೂ, ಅವಳ ಪಕ್ಕದಲ್ಲಿ ನಿಂತ someway, ತಾನು ಇದುವರೆಗೆ ಮಾಡಿದ ಹೆಚ್ಚಿನ ಬಲ, ಮತ್ತು ನೈಸರ್ಗಿಕ, ವಿಷಯ ಕಾಣುತ್ತದೆ. ಅವರು ತನ್ನ ನೋಡುವ ಅಲ್ಲಿ ನಿಂತು ಅವರು ಮಾತ್ರ ತಮ್ಮ ಹೊಟ್ಟೆಯ ಹಸಿವು ಜೊತೆ ಗುರುಗುಟ್ಟುವಿಕೆಯ ಮಾಡಲಾಯಿತು ಅರ್ಥ ಊಟದ

ವಾಸನೆ ಆರಂಭಿಸಿದರು. "ಊಟಕ್ಕೆ ಆಮಂತ್ರಣವನ್ನು ಇನ್ನೂ ಒಳ್ಳೆಯದು?"

"ನನ್ನ ಜೊತೆ." ಅವಳು ತಂದಿದ್ದ ಏನೆಂದು ಹಾದುಹೋಗುವ ಆರಂಭಿಸಲು ಹೊದಿಕೆ ಮೇಲೆ ಕುಳಿತು ಮೊದಲು ಹೇಳಿದರು. "ನಾನು ಕ್ಷಮಿಸಿ ಇದು ಬೆಳಕಿನ ಕಡೆ ಇಲ್ಲಿದೆ ಮನುಷ್ಯ ಆದರೆ ನಾನು ಯಾರಾದರೂ ನನ್ನೊಂದಿಗೆ ತಿನ್ನಲು ಇಲ್ಲಿ ಉಳಿದರು ಎಂದು ಭಾವಿಸಿರಲಿಲ್ಲ."

ರಾನ್ ಕೇವಲ ತನ್ನ ಹೇಳುವ ನಲ್ಲಿ ಮುಗುಳ್ನಕ್ಕು,. ಅವಳು ರಿಗೆ ಏನು ತಿನ್ನುವ ಮೊದಲು "ಇದು ಎಲ್ಲಾ ಸರಿ, ನಾನು. ಅರ್ಥ" ಕೊನೆಯಲ್ಲಿ ತಾವು ತಿನ್ನಲಾಗುತ್ತದೆ ಎಂದು ಏನು ಹೇಳಲು ಸಾಧ್ಯವಾಗುತ್ತದೆ ಎಂದಿಗೂ, ಅಥವಾ ವರ್ಷಗಳ ನಂತರ ಅವರು ಎಂದಿಗೂ ಮರೆಯದಿರಿ ಎಂದು ಯಾವುದೇ ಆಹಾರದ ತಮ್ಮ ಊಟ

ಸಮಯದಲ್ಲಿ ಅವಳ ಹೆಸರು ಶರೋನ್ ಅವರನ್ನು ಹೇಳಿದರು. ಅವರು ನೋಡಬಹುದು ಎಲ್ಲಾ ತನ್ನ ಆಗಿತ್ತು ಕಾಲ. ಅವರು ರಾತ್ರಿ ಬಿಟ್ಟು ಶರೋನ್ ನೋಡಿದ ಮತ್ತೆ ಅವರು ಯೋಚಿಸಬಹುದು ಎಲ್ಲಾ.

ಆ ರಾತ್ರಿ ರಾನ್ ಹೊಂದಿತ್ತು ಪ್ರತಿ ಕನಸಿನ ಶರೋನ್ ಆಗಿತ್ತು. ಯಾಮದ್ೀ, ತಾನು ಎಷ್ಟು ವಿಚಿತ್ರವಾಗಿ, ಅಥವಾ ವಿಲಕ್ಷಣ ಆಗಿತ್ತು. ಅವರು ಅವರು ಅನಗತ್ಯವಾದ ಒಂದು ಸ್ವಪ್ನಸ್ಖಲನದ ಆದರೆ ಪರಸ್ಪರರ ನಗ್ನ ದೇಹಗಳನ್ನು ನಲ್ಲಿ ಬಿರುನೋಟ. ಅವರು ಏನಾದರೂ ಮಾಡಿದರೆ ಅದು ಹಾಗೆ ಆಗಿರಬಹುದು ಏನು ಏನೂ ಮಾಡುವ ಆದ್ದರಿಂದ ಕಾಡು ಎಂದು ಅದು ಚಿಂತನೆ ಅವನಿಗೆ ಎಚ್ಚರವಾಯಿತು ಆದ್ದರಿಂದ ತೀಕ್ಷ್ಣವಾಗಿತ್ತು. ಗಡಿಯಾರ ನೋಡುವ ಅವರು ಬೆಳಗ್ಗೆ 2:30 ಕಂಡುಬಂದಿರುವ. ತ್ಯಜಿಸಲು ಪ್ರಯತ್ನಿಸುತ್ತಿರುವ ಒಂದು ಕ್ಷಣ ನಂತರ ಅವನು ವಾಸ್ತವ ಕುರ್ಚಿಯಲ್ಲಿ ಕುಳಿತು ಹೋಗಲು ಎದ್ದು ಈ ರಾತ್ರಿ ಎಲ್ಲಿಯೂ ನಿದ್ರೆ ಸಾಧ್ಯವಾಗದಿರಬಹುದು

ಅರಿತುಕೊಂಡ. ಸ್ಥಾನವನ್ನು ಮತ್ತೆ ಬಾಗಿಲು ಎದುರಿಸಿದ ಕಳೆದುಹೋಯಿತು ಎಂದು ಶೀಘ್ರದಲ್ಲೇ ತಂಪಾದ ಆದರೆ. ಈ ಸಮಯದಲ್ಲಿ ನೋಡುತ್ತಿಲ್ಲ ಇವರು ಸುಮಾರು ಹರಿಯುತ್ತಿತ್ತು ನೋಡಲು ಶರೋನ್ ತಂದೆಯ ಬಾಗಿಲು ಸಾಗಿದ. ಇವರು ಇಲ್ಲ ವೇಳೆ ಅವರು ಹಾಗೆ ಎಂದು ಆಲೋಚಿಸಲು ಸಾಧ್ಯವಾಗುತ್ತಿರಲಿಲ್ಲ. ಅದೃಷ್ಟವಶಾತ್ ಅವರಿಗೆ ಅವಳು. ಅವರು ಸ್ಟ್ರೀಮ್ ಅಂಚಿನಲ್ಲಿ ತನ್ನ ನಿಂತಿರುವ, ಬೆತ್ತಲೆ ರಾಚುವಂತಿತ್ತು ಮಾಹಿತಿ ಮತ್ತು ಆರ್ದ್ರ ಕನಸಿನ ಚಿತ್ರ, ಅವನನ್ನು ಒಳಗೆ ಸ್ಲ್ಯಾಂಮ್ಮಡ್. ತ್ವರಿತವಾಗಿ ಕೆಳಗೆ ಕಾಣುವ ಅವರು ತುಂಬಾ ಅವರು ಬಟ್ಟೆಗಳು ಹಾಕುವ ಆಲೋಚನೆಯನ್ನೇ ಮಾಡದೆ, ಹಾಸಿಗೆಯ, ಬಲ ಅಪ್ ಪಡೆದ ಎಂದು ನೆನಪಿಡುವ ಮಾತ್ರ ಬೆತ್ತಲೆ ಕಂಡುಬಂದಿರುವ.

ಅವರು ತನ್ನ ರಾಚುವಂತಿತ್ತು ಮಾಹಿತಿ ರಾನ್ ಅವರು ಮೊದಲು ಯಾರಾದರೂ ಬೆತ್ತಲೆ ನೋಡಿಲ್ಲ ಎಂದು ಅವರು ತೆರೆದ

ಬಾಯಿ ಆತನನ್ನು ಮರಳಿ ದಿಟ್ಟಿಸುವುದು ಮಾಡಲಾಯಿತು ಗಮನಿಸಿ. ನಂತರ ಅವರು ಮಾತನಾಡಿದರು. "ನೀವು ಅದನ್ನು ವಿಸ್ಮಯಕರ ಇಲ್ಲಿದೆ ಆದ್ದರಿಂದ ಸುಂದರ ಆರ್. ನಾನು ಮೊದಲು ಇಷ್ಟಪಟ್ಟ ಯಾರಿಗಾದರೂ ಬೆತ್ತಲೆ ನೋಡಿಲ್ಲದಿದ್ದರೆ ಬಂದಿದೆ. ನೀವು ಮೊದಲ ಮತ್ತು ಹೆಚ್ಚು ಸಾಧ್ಯತೆ ಕಳೆದ ಆರ್."

"ಕಳೆದ?" ರಾನ್ ತನ್ನನ್ನು ಪ್ರಶ್ನೆ ಕೇಳಲು ಸಹಾಯ ಸಾಧ್ಯವಿಲ್ಲ.

"ಹೌದು, ನಾನು ನಿಜವಾದ ನೀವು ಭೇಟಿ ಬಯಸುವ. ನಾನು ನೀವು ಪ್ರೀತಿಯಲ್ಲಿ ಬೀಳುವ ಬಾಗುತ್ತೇನೆ ಭಾವಿಸುತ್ತೇನೆ."

"ನೀವು ಹೇಗೆ ಹೇಳಬಲ್ಲೆ?"

"ನನಗೆ ಗೊತ್ತಿಲ್ಲ ಆದರೆ ನಾನು ನಾನು ಗೊತ್ತು. ನೀವು ನನ್ನನ್ನು ಭೇಟಿ ಮಾಡಬಹುದು?"

ರಾನ್ ಮಾತನಾಡಲು ಸಾಧ್ಯವಿಲ್ಲ. ಅವರು ಪ್ರಯತ್ನಿಸಿದರು ಸಹ ಅವರು ಸರಿಸಲು ಸಾಧ್ಯವಿಲ್ಲ ರೀತಿಯೇ ಭಾವಿಸಿದರು. ಅವರಿಗೆ ಪ್ರೀತಿಯ ಈ ಮಹಿಳೆಯ ನಿವೇದನೆ ಹಠಾತ್ ಆಘಾತ, ಕಲ್ಪನೆಯ ಇಡಲಿಲ್ಲ. ಇದು ವಾಸ್ತವತೆಗೆ ಆಚೆ ಹೋಯಿತು. ಅವನು ಮೊದಲು ಅನೇಕ ಮನುಷ್ಯ ನಂತಹ, ಆದ್ದರಿಂದ ಬಲ ಎಂದು ಕ್ಷಣದಲ್ಲಿ ಭಾವಿಸಿದರು ಹೇಗೆ ವಿವರಿಸಲು ಅವರು ಇದಕ್ಕಾಗಿ ಆಫ್ ಯೋಚಿಸಬಹುದು ಏನೂ ಇಲ್ಲ, ಅವರು ಯಾವುದೇ ಅರ್ಥದಲ್ಲಿ ಮಾಡಿದ ಇದು ಒಂದು ಮತ್ತು ಏಕೈಕ ವಿಷಯ, ಮಾಡಿದರು. ಅವರು ನಡೆಯಿತು. ತನ್ನ ಜೀವನದ ಓಡಿತು. ದೆವ್ವದ ಅವನನ್ನು ನಂತರ ವೇಳೆ ಅವರು ಯಾವುದೇ ವೇಗವಾಗಿ ರನ್ ಇರಲಿಲ್ಲ. ಮತ್ತೆ ತನ್ನ ಸ್ಥಾನವನ್ನು ಅವರು ಇದು drenched ತನ್ನ ಇಡೀ ದೇಹದ

ತಣ್ಣನೆಯ ಬೆವರು ರಲ್ಲಿ, ಬೆತ್ತಲೆ ಕೊಠಡಿ, ಮಧ್ಯದಲ್ಲಿ ನಿಲ್ಲಲು VRM ಔಟ್ ಸೀಳಿರುವ. ಅವರು ತಿಳಿದಿದ್ದರು ಎಂದಿಗೂ ಒಂದು ಪದವನ್ನು ವಿರುದ್ಧ ತನ್ನ ದೇಹದಲ್ಲಿ jangled ಪ್ರತಿ ನರ ಆದ್ದರಿಂದ ಅಸಾಧಾರಣ ಆಗಿರಬಹುದು. ವಾಸ್ತವವಾಗಿ ಇದು ಅವರ ಅರ್ಥವಾಗುವ ಪದಕೋಶದ ಪದ ಎಂದಿಗೂ.

ಕಮಿಟ್ಮೆಂಟ್.

ಹಲವಾರು ದಿನಗಳ ರಾನ್ ಕೇವಲ ಪ್ರತಿ ಎರಡನೇ, ನಿಮಿಷ, ಮತ್ತು ಪ್ರತಿ ದಿನದ ಗಂಟೆ ಅವನನ್ನು ಪಡೆಯಲು ಚಲನೆ ಹಾದುಹೋಗುವ ಮಂಜೂರಾತಿ. ಅವರು ಬಗ್ಗೆ ಯೋಚಿಸಬಹುದು ಎಲ್ಲಾ ಶರೋನ್ ಆಗಿತ್ತು. ಅವರು ನಿಜವಾಗಿಯೂ ಹೇಗೆ ಸುಂದರ ಬಗ್ಗೆ, ಬಗ್ಗೆ ಹೇಗೆ ಸಂತೋಷವನ್ನು ಇದು ವೈಯಕ್ತಿಕವಾಗಿ ಅವಳನ್ನು ಭೇಟಿಯಾಗಲು ಎಂದು, ಇನ್ನೂ ತನ್ನ ಆಲೋಚನೆಗಳು ವರ್ಚುವಲ್

ಗಣಕಕ್ಕೆ ತಿರುಗಿ ಪ್ರತಿ ಬಾರಿ ಪದ ಬದ್ಧತೆ ಒಂದು ದೈತ್ಯ ಸುಂಟರಗಾಳಿ ಹಾಗೆ ತಲೆಯನ್ನು ಒಳಗೆ roared. ಆದರೆ ನಿಧಾನವಾಗಿ ಏನಾದರೂ ಬದಲಾವಣೆ. ಅವರು ಪದದ, ಭಯ ಕಂಡು, ಮುಂದೆ ಕಡಿಮೆ ಬೆಳೆಯುವ ಅವನು ತನ್ನ ನೋಡಲಿಲ್ಲ. ಅವರು ಶರೋನ್ ಎಂದು ಅರ್ಥ ಮಾಡಿಕೊಳ್ಳಲು ಆರಂಭಿಸಿದರು ತನ್ನ ಹೃದಯದ ಒಳಗೆ ಆಳವಾದ ದೂರದ ಉತ್ತಮ ತನ್ನ ಇಲ್ಲದೆ ಹೊರತಾಗಿ, ಮತ್ತು ಒಂದು ನೋವು, ಒಂದು ಅಸಹನೀಯ ನೋವು, ಒಳಗೆ ಬೆಳೆಯಲು ಪ್ರಾರಂಭಿಸಿತು. ಅವರು ತಿಳಿದಿದ್ದರು ಎರಡನೇ ದಿನದ ಅಂತ್ಯದ ವೇಳೆಗೆ ಆದರೆ ಅವರು ಇನ್ನೂ ಎಂದು ನೋಡಲು ಮರಳಲು ಬಿಟ್ಟು ಏನೂ ಇರಲಿಲ್ಲ. ರಾನ್ ಯಾವುದೇ ಮುಂದೆ, ಬೇರ್ಪಡಿಕೆ, ನೋವು ತೆಗೆದುಕೊಳ್ಳಲು ಸಾಧ್ಯವಾಗಲಿಲ್ಲ. ಈ ಸಮಯ ಬದಲಿಗೆ ವಾಸ್ತವ ಗಣಕದಿಂದ ಚಲಾಯಿಸುವ ಅವರು ಅದು ನಡೆಯಿತು. ಸಾಧ್ಯವಿದ್ದಷ್ಟು ಮಾಹಿತಿ ಸ್ವತಃ ಕಟ್ಟಿ ಮತ್ತು ಶೀಘ್ರದಲ್ಲೇ ಮತ್ತೆ ಬಾಗಿಲು

ಎದುರಿಸುತ್ತಿತ್ತು. ರಾನ್ ಎಲ್ಲವೂ ಕಡೆಗಣಿಸಲಾಗುತ್ತದೆ ಮತ್ತು ಇದು ಮತ್ತೆ ಅವನಿಗೆ ತೆರೆಯಲು ಎಂದಿಗೂ ಆದರೂ ಇದನ್ನು ಮೂಲಕ ಸಿಡಿ ಗೆ ಶರೋನ್ ತಂದೆಯ ಬಾಗಿಲು ಹುಡುಕಲು ನಡೆಯಿತು. ಮತ್ತು ...

"ನನ್ನ ದೇವರು ಹೇಗೆ ಸುಂದರ ಅವಳು ..." ಪದಗಳನ್ನು ತನ್ನ ಬಾಯಿಯ ತನ್ನ ಮೇಲೆ ಲಾಕ್ ಎರಡನೇ ತನ್ನ ಕಣ್ಣು ಸ್ಫೋಟಿಸಿತು. ಶರೋನ್ ನೀರಿನಲ್ಲಿ ತನ್ನ ಪಾದಗಳನ್ನು ಸ್ಟ್ರೀಮ್ ಮೂಲಕ ಕುಳಿತಿದ್ದ. ಅವರು ಮೊದಲು ಅದೇ ಪದಗಳಿಗಿಂತ ಇರಲಿಲ್ಲ ಆದರೂ ಈ ಬಾರಿ ಅವರು ಮತ್ತೊಮ್ಮೆ ತಮ್ಮ ಬಟ್ಟೆ ಹೊಂದಿತ್ತು. ಈ ಬಾರಿ ಅವರು ಅಮೃತಶಿಲೆ ಹಸಿರು ಶಾರ್ಟ್ಸ್ ಒಂದು ನೀಲಿ ತೋಳಿಲ್ಲದ ಧರಿಸಿದ್ದರು. ಅವಳ ಉದ್ದವಾದ ಕಪ್ಪು ಕೂದಲು ರದ್ದು ಮತ್ತು ಇದು ಸುಮಾರು ನೆಲದ ಸ್ಪರ್ಶಿಸಲ್ಪಟ್ಟ ಎಷ್ಟು ತನ್ನ ಕಚ್ಚಿ ಕುಸಿಯುತ್ತಿತ್ತು. ರಾನ್ ಅವಳ ಕರೆದರು. "ಶರೋನ್ ... ಶರೋನ್ ... SHARON ..."

ಅಂತಿಮವಾಗಿ ಅವಳ ಹೆಸರು ಎಂದು ಯಾರು ನೋಡಲು ಸುತ್ತಲೂ ತಿರುಗುತ್ತಿತ್ತು. ನಂತರ, ತ್ವರಿತ ಫಾರ್, ರಾನ್ ಅವರು ಸುಮಾರು ಹಿಂದಕ್ಕೆ ತಿರುಗಿ ಅವರನ್ನು ನಿರ್ಲಕ್ಷಿಸಿ ಹೋಗಿ ಎಂದು. ಅವರು ಮಾಡಲಿಲ್ಲ. ಬದಲಿಗೆ ಅವರು ಗುಲಾಬಿ ಮತ್ತು ರಾನ್ ಬಾಗಿಲಿನಿಂದ ನಿಂತು ಅಲ್ಲಿ ಮೇಲೆ ತನ್ನ ಸಾಗಿದ. "ನಾನು ನಾನು ತುಂಬಾ ದೂರ ಹೋಗಿ ನನ್ನ ಹೃದಯ ಮತ್ತೆ ಮುರಿದು ಮುಂಚಿತವಾಗಿ ನೀವು ಉತ್ತಮ ಈಗ ಅದನ್ನು ಎಂದು ಔಟ್ ಹೊರಟಿರುವೆ ಹಾಗಾಗಿ ನಿಮಗೆ ಹೇಳಲು ಬಹಳಷ್ಟು ಬಂದಿದೆ."

"ನಾನು ಈ ಸಮಯದಲ್ಲಿ ಚಲಾಯಿಸಲು ನಾನೇನು. ನಾನು ನನ್ನ ಜೀವನದಲ್ಲಿ ಹೇಳುತ್ತಾರೆ ಎಂದೂ ಅಂದುಕೊಂಡಿರಲಿಲ್ಲ ಏನೋ ಹೇಳಲು ಮರಳಿತು. ನಾನು ಶರೋನ್ ನೀವು ಪ್ರೀತಿ. ನಾನು ತುಂಬಾ ನಾನು ಎಲ್ಲಿಯೂ ನೀವು ಇಲ್ಲದೆ ಎಂದು ನಿಲ್ಲಲು ಸಾಧ್ಯವಿಲ್ಲ ಎಂದು ನೀವು ಪ್ರೀತಿ. ಎಲ್ಲಾ ನಾನು ಇದುವರೆಗೆ ಈಗ ನೀವು

ಆಲೋಚಿಸುತ್ತೀರಿ ಇದು ಇಲ್ಲ. ನೀವು ತುಂಬಾ ಲವ್ ನನಗೆ ತಿಳಿಸಿ.

ಶರೋನ್, ದಯವಿಟ್ಟು ನನಗೆ ತಿಳಿಸಿ ದಯವಿಟ್ಟು. "

"ನಾನು ನೀವು ಕಳೆದ ಬಾರಿ ಹೇಳಲು ಹೊರಟಿದ್ದ. ನೀವು ರಾನ್ ಪ್ರೀತಿಸುತ್ತೇನೆ ಆದರೆ ನಾನು ಮೊದಲು ನೀವು ನಡೆಯಿತು. ನಾನು ಸಂಭವಿಸಿದ ಆದರೆ ನಾನು ತಿಳಿದಿರುವ ಎಲ್ಲಾ ನೀವು ನನಗೆ ಅರ್ಥ ಮಾಡುತ್ತದೆ ಏನು ಗೊತ್ತಿಲ್ಲ. ನಾವು ನಾಳೆ ಭೇಟಿ ಮಾಡಬಹುದು?" ಶರೋನ್ ತನ್ನ ಕೈಯನ್ನು ಹಿಡಿದುಕೊಂಡರು. ಶುದ್ಧ ಶಕ್ತಿ ಬೋಲ್ಟ್ ತನ್ನ ಟಚ್ ಅವನನ್ನು ಮೂಲಕ ಸ್ಫೋಟಿಸಿತು.

"ಎಲ್ಲಿ?" ಅವರು ಕೇಳಲು ಸಾಧ್ಯವಾಯಿತು ಎಲ್ಲಾ.

"ರೆಡ್ ರೋಸ್ ಇನ್ ಅಲ್ಲಿ ನಿಮಗೆ ಗೊತ್ತೇ?"

"ನಾನು." ಅವರು ತನ್ನ ಹೇಳಿದರು.

"ಗುಡ್. ಊಟಕ್ಕೆ ಮಧ್ಯಾಹ್ನದ ಸಮಯದಲ್ಲಿ ನಾಳೆ ಅಲ್ಲಿ ನನ್ನನ್ನು ಮೀಟ್. ನಾನು ಈಗಾಗಲೇ ನಮಗೆ ಮೀಸಲಾತಿ ಮಾಡಿದ. ನೀವು ಬರುತ್ತಿದ್ದನು ಆಶಯದೊಂದಿಗೆ ವಾರ ಪೂರ್ತಿ ಇದು ಮೇಡ್."

"ಎಲ್ಲಾ ಸರಿ." ಅವರು "ನಾನು ನೀವು ನೋಡುತ್ತೀರಿ." ಹೇಳಿದರು

ರಾನ್ ಬಿಡಲು ತಿರುಗಿ ಆದರೆ ಅವನ ಭುಜದ ಮೇಲೆ ಕೈ ಅವನ ನಿಲ್ಲಿಸಿತು. "ಕೇವಲ ಇನ್ನೂ." ಅವರು ಹೇಳಿದರು, ", ಹೋಗುವದಿಲ್ಲ"

ಶರೋನ್ ತನ್ನ ಕೈಯಲ್ಲಿ ತೆಗೆದುಕೊಂಡು ಅವರು ಸ್ಟ್ರೀಮ್ ಮೂಲಕ, ಔಟ್ ಹಾಕಲ್ಪಟ್ಟಿತು ಇದು ಆವರಿಸಿರುವ, ಅವನನ್ನು

ಕಾರಣವಾಯಿತು. ಒಮ್ಮೆ ಅವರು ನಿಧಾನವಾಗಿ ತನ್ನ ಉಡುಪುಗಳನ್ನು ಅಲ್ಲಿ ಹಾರಿದ. ಈ ಮಾಡಿದಾಗ ಅವರು ಕೇವಲ ಮಾಹಿತಿ ನಿಧಾನವಾಗಿ ತನ್ನ ಹಾರಿದ. ತಕ್ಷಣ ಅವರು ಚುಂಬನ ಮಾಡಲಾಯಿತು. ರಾನ್ ರೀತಿಯ ಕಿಸಸ್ ಮೊದಲು ಭಾವಿಸಿದರು ಎಂದಿಗೂ. ಪ್ರತಿ ಒಂದರಿಂದ ತನ್ನ ಆತ್ಮವನ್ನು ಒಂದು ಮಾರ್ಕ್ ಬರೆಯುವ ಕಾಣುತ್ತದೆ ಎರಡು ನಡುವೆ ನಿರ್ಮಿಸಲು ಪ್ರಾರಂಭಿಸಿದಮು ಇದು ಉತ್ಸಾಹ. ಅವರು ಮೊದಲ ಬಾರಿಗೆ ಪ್ರೀತಿ ಮಾಡಿದ ನಂತರ ಎಲ್ಲಾ ಚಿಂತನೆಯ ಕಳೆದುಹೋಯಿತು. ಇದು ಪ್ರತಿ ಇದು ಮಾಂಸವನ್ನು ರಲ್ಲಿ ಮೊದಲು ಸಮಯದ ಒಂದು ಮ್ಯಾಟರ್ ಎಂದು ತಿಳಿದಿತ್ತು ಇದು ನಿಜ ವಿಷಯ ಎಂದು ವಿಷಯವಲ್ಲ. ಆದರೆ ಕ್ಷಣ ಕಾಲ ಸಮಯ ಎಚ್ಚರಿಕೆ ಆಫ್ ಹೋದಾಗ ಒಂದು ಆಘಾತವಾಗಿತ್ತು ಆದ್ದರಿಂದ ಅಂತ್ಯವಿಲ್ಲದ ಕಾಣುತ್ತದೆ. ರಾನ್ ಅವರು ಮರುದಿನ ಊಟಕ್ಕೆ ತನ್ನ ನೋಡಿ ಎಂದು ತನ್ನ ಹೇಳುವ ಶರೋನ್ ವಿದಾಯ ಮುತ್ತಿಕ್ಕಿ. ಇದು ಎರಡೂ ಒಂದು

ಬಿಡಲು ಬೇಕಾಗಿದ್ದಾರೆ ಹೊರಡುವ ಒಂದು ದೀರ್ಘವಾಗಿದೆ. ರಾನ್ ತನ್ನ ಕನ್ನಡಕ ಆಫ್ ಪಡೆದಾಗ ಅವರು ಗಡಿಯಾರ ಮಧ್ಯರಾತ್ರಿ ತೋರಿಸುತ್ತಿತ್ತು ನೋಡಲು ನೋಡುತ್ತಿದ್ದರು. ಇಲ್ಲ ಅವರು ಹನ್ನೆರಡು ಘಂಟೆಗಳ ಆನ್ಲೈನ್ ಎಂದು ಎಚ್ಚರಿಕೆ ಮರಳಿದ ಕೌತುಕ. ಸ್ಟ್ರೆಚಿಂಗ್ ಅವರು ಎಲ್ಲಾ ಅವನು ಮಳೆ ಒಳಗೆ ನೆಗೆಯುವುದನ್ನು ಅತ್ಯುತ್ತಮ ಎಂದು ನಿರ್ಧರಿಸಿದ್ದಾರೆ, ಆದ್ದರಿಂದ ನೋಯುತ್ತಿರುವ ಕಂಡುಹಿಡಿದರು. ಅವರು ತನ್ನ ನಾಳೆ ಕಂಡಿತು ಮೊದಲು ಒಂದು ಗಂಟೆಯ ನಂತರ ಅವರು ಸಾಕಷ್ಟು ಅಗತ್ಯವಿರುವ ಕೆಲವೊಂದು ಉಳಿದ ಪಡೆಯಲು ಮಲಗುವ ಕೋಣೆ ಮುಖ್ಯ ಔಟ್ ಸಿಕ್ಕಿತು. ಇಲ್ಲ ಬೇಗ ಅವರು ರಾನ್ ವೇಗದ ನಿದ್ದೆ ಆಗಿತ್ತು ನಂತರ, ಮೆತ್ತೆ ಮೇಲೆ, ತನ್ನ ತಲೆಯನ್ನು ಕೆಳಗೆ ಹಾಕಲ್ಪಟ್ಟಿತು.

ಮತ್ತು ಕನಸು.

ಇದು ಸಂಪೂರ್ಣವಾಗಿ ನಗ್ನ ಸ್ಟ್ರೀಮ್ ಮೂಲಕ ನಿಂತಿರುವ ಶರೋನ್ ಜೊತೆ ಸ್ವಪ್ನಸ್ಖಲನದ ರೀತಿಯ ಔಟ್ ಆರಂಭಿಸಿದರು. ಅವರು ಲೆಕ್ಕಿಸದೆ ಅವರು ಪ್ರಯತ್ನಿಸಿದರು ಹೇಗೆ ಹಾರ್ಡ್ ತನ್ನ ಆಫ್ ಅವನ ಕಣ್ಣುಗಳು ತೆಗೆದುಕೊಳ್ಳಲು ಸಾಧ್ಯವಾಗಲಿಲ್ಲ. ಇದು ಅವರು ಆಫ್ ಬಿಟ್ಟರು ಅಲ್ಲಿ ತೆಗೆದುಕೊಳ್ಳಲು ಪರಸ್ಪರರ ಬಾಹುಗಳೊಳಗೆ ಹೊರದಬ್ಬುವುದು ಎರಡು ದೀರ್ಘ ಬರಲಿಲ್ಲ ವರ್ಚುವಲ್ ಪ್ರಪಂಚದ. ಲವ್, ಮತ್ತು ಭಾವಾವೇಶ, ಯಾವುದೇ ಮಿತಿಗಳನ್ನು ತಿಳಿದಿದ್ದು ತೀವ್ರತೆಯ ಇಂತಹ ಕೋಪ ಜೊತೆ ರಾತ್ರಿ ಆಳ್ವಿಕೆ. ಅವರ ಹಸಿವು ಒಂದು ಪ್ರಪಂಚಕ್ಕೆ ಅವರನ್ನು ಆಚೆ ಹೋಯಿತು. ಅವರು ಕರಗಿದ, ಹರಿಯಿತು, ಮತ್ತು ಅವುಗಳನ್ನು ಆದರೆ ಹೆಚ್ಚು ಎಂದು ಏನೋ ವಿಕಸನಗೊಂಡಿತು. ಈ ಬಾರಿ ಬಲ ಬಂದಾಗ ಸಂಸ್ಥೆಗಳು ಅನುಸರಿಸಿ ಇದಕ್ಕಾಗಿ ಆತ್ಮದ ಒಂದು ಪ್ರಯಾಣ. ಇದು ಅವುಗಳನ್ನು ಪ್ರತಿಯೊಂದು ಸಣ್ಣ ತುಂಡು, ವಿದೇಶ ಮುರಿಯಿತು ಎಂದು ಈ

ಸಂದರ್ಭದಲ್ಲಿ. ಉಳಿದ MOLDING ಮತ್ತೆ ಮೊದಲು ಸ್ವಂತ ಇಲ್ಲಿದೆ ಒಂದು ಸ್ವಲ್ಪ ಏನೋ ರಚಿಸಲು ಒಂದು ಕ್ಷಣ. ಆದರೆ ಅದು ಮತ್ತೊಂದು ವೇಳೆ ಮಾಹಿತಿ ಸಂಪೂರ್ಣವಾಗಿ ಮರಳಿ ವಿಲೀನಗೊಳಿಸು ಆದರೆ ಎರಡು ಆದ್ದರಿಂದ ಅವರು ಈ ಸಣ್ಣ ಭಾಗ ಗಮನಕ್ಕೆ ಬರಲಿಲ್ಲ ಪರಸ್ಪರ ಹೆಣೆದುಕೊಂಡಿದೆ ಮಾಡಲಾಯಿತು. ಅವರು ತಮ್ಮ ಕನಸಿನಲ್ಲಿ, ಪ್ರೀತಿ ಮಾಡಿದ ಮತ್ತು ಅಮ ಊಟಕ್ಕೆ ಭೇಟಿಯಾದಾಗ ಇದು ಎಂದು ಹೇಗೆ ಅದ್ಭುತ ಎಂದು ಹೇಳುತ್ತಲೇ ಇದ್ದರು. ಜೀವಮಾನದ ಪ್ರೀತಿ ಬಗ್ಗೆ ಯೋಚಿಸಿದರು ಯಾರು ಇಬ್ಬರಿಗೆ ನನಸಾಗುವಲ್ಲಿ ಆಗಿತ್ತು ಅವರಿಗೆ ಸಂಭವಿಸಿ ಎಂದಿಗೂ. ಮತ್ತು ಬೆಳಿಗ್ಗೆ ಅಲಾರ್ಮ್ ಎಲ್ಲಾ ಕನಸುಗಳ ಡ್ರೀಮ್ ಕೊನೆಗೊಳ್ಳುತ್ತದೆ ಮಾಡಲು ಹೊರಟನು.

ನಿಧಾನವಾಗಿ ರಾನ್ ತಮ್ಮ ಸ್ವಂತ ಕೋಣೆಯಲ್ಲಿ ಇನ್ನೂ ಹುಡುಕಲು ಅವೇಕ್ ಬಂದಿತು. ಅಲಾರ್ಮ್ ಗಡಿಯಾರದ ಕೆಲಸ

ಪಡೆಯಲು ಎಂಟು O-ಗಡಿಯಾರ ಮತ್ತು ಸಮಯ ತೋರಿಸಿದ್ದು.

ಮತ್ತು ಅವನು ಹಾಗೆ ಕೆಲಸ. ಅವರು ಹೋಟೆಲ್ BEACH ಮುಂಭಾಗದಲ್ಲಿ ಒಂದು ಮಾರಿ ಅಲೆ ನಂತಹ ಕಂಪ್ಯೂಟರ್ ಆಫೀಸ್ನಲ್ಲಿ ಹಿಟ್. ಹರಿವಿನಲ್ಲಿ, ಮೂರು ಗಂಟೆಗಳ, ಅವರು ಕೆಲಸ ಸುಮಾರು ಎರಡು ಪೂರ್ಣ ದಿನಗಳ ಪಡಿಸಿಕೊಂಡಿತು. ಇದು ಹೊರಗೆ ನುಗ್ಗುತ್ತಿರುವ ಅವರು, ಬಾತ್ರೂಮ್ ಓಡಿತು ತುಂತುರು ಮಳೆ, ಮತ್ತು ಇದು ಗಂಟೆ ಕಳೆದ ಇಪ್ಪತ್ತು ಮುಂಚೆ ಬಾಗಿಲು ಔಟ್ ಆಗಿತ್ತು. ರಾನ್ ತನ್ನ ಸಾಮಾನ್ಯ ಜನನದಿಂದ ಹನ್ನೆರಡು ಹತ್ತು ರೆಸ್ಟೋರೆಂಟ್ನಲ್ಲಿ ಬಂದಿಳಿದರು. ಅಪಾಯಿಂಟ್ಮೆಂಟ್ ಆತ ಏನು ಯಾವುದೇ ಯಾವಾಗಲೂ ಹತ್ತು ನಿಮಿಷ ಮುಂಚಿತವಾಗಿ. ಇಂದು ಇದು ತುಂಬಾ ಮುಖ್ಯ ತನ್ನ ಜೀವನದಲ್ಲಿ ಯಾವುದೇ ಇತರ ಸಮಯದಲ್ಲಿ ಇದ್ದುದಕ್ಕಿಂತ. ಆದರೆ ಹಿಂದೆಯೇ ಇವರು ಈಗಾಗಲೇ ಅಲ್ಲಿ ಅವನನ್ನು ಕಾಯುತ್ತಿದೆ ಆಗಿತ್ತು. ತಕ್ಷಣ ಅವನು ತನ್ನ

ಕಂಡಿದ್ದರಿಂದ ಅವರು ಸ್ಟಾಪ್ ಕುಂಠಿತವಾಯಿತು. ಅವರು ವಾಸ್ತವ ಕೋಣೆಗೆ ಮರಳಿ ಹೋಗಿದ್ದರು ವೇಳೆ ಮಾಹಿತಿ ಇದು. ಶರೋನ್ ಅವಳು ಅಲ್ಲಿ ಹೊಂದಿತ್ತು ಭಿನ್ನವಾಗಿರುವುದಿಲ್ಲ ನೋಡುತ್ತಿದ್ದರು. ಇದು ಬಹುತೇಕ ಎಲ್ಲರೂ ವಾಸ್ತವ ತಮ್ಮ ನೋಟವನ್ನು ಬದಲಾಯಿಸಿತು ಫಾರ್ ನಂಬಲು ಆದ್ದರಿಂದ ಕಷ್ಟವಾಗಿತ್ತು. ಇದು ನೋಡಲು ಅಂಚುಗಳ ಸ್ವಲ್ಪ ಉತ್ತಮ ಮಾಡಲು ಕೇವಲ ಕೂಡ. ಆಕೆ ಹೊಂದಿತ್ತು. ಅಥವಾ ಅವರು ಹೊಂದಿದ್ದರು ಮತ್ತು ಇವರು ಆತನನ್ನು ಅವರು ವಿಆರ್ ವಿಶ್ವದ ಮಾಡಿದ ರೀತಿಯಲ್ಲಿ ನೋಡುತ್ತಿದ್ದರು ಆಗ ದೊಡ್ಡ ಕ್ರೀಡಾ ಕ್ರಿಯೆಯನ್ನು ಗೆದ್ದಿದ್ದರು ಭಾವಿಸಿದೆ. ಪ್ರೀತಿಯ ನೋಟ ಅವರು ಕೇವಲ ಹೆಚ್ಚು ವಾಸ್ತವಪ್ರಾಯ ಪ್ರಪಂಚದಲ್ಲಿ ಮಾಹಿತಿ ಮಾಂಸದಲ್ಲಿ ನೋಡುತ್ತಿದ್ದರು ರೀತಿಯಲ್ಲಿಯೇ ಅವರು ನಿಜವಾದ ಮಾಡಿದರು ತಿಳಿಸಿದನು. ನಿಧಾನವಾಗಿ ಅವರು ಅವರು ಮೊದಲು ತನ್ನ ಹಿಂದೆಂದೂ

ನೋಡಿರಲಿಲ್ಲ ವೇಳೆ ತನ್ನ ನೋಡುವ ಊಟಕ್ಕೆ ನಿಲ್ಲಲು ಅವಳ ಸಾಗಿದ.

"ನಾನು ನೀವು ಸೇರಲು ಮೇ?" ಅವನು ಕೇಳಿಕೊಂಡ.

"ನೀವು ಮಾಡಿದರೆ ನಾನು ಇಷ್ಟಪಡುತ್ತೇನೆ." ಅವರು ಹೇಳಿದ್ದ.

ಅವರು ಪರಿಚಾರಿಕೆ ಸ್ವಲ್ಪ ಸ್ವಲ್ಪ ತಮ್ಮ ಆದೇಶಗಳನ್ನು ತೆಗೆದುಕೊಳ್ಳಲು ಅಲ್ಲಿ ನಿಂತಿರುತ್ತಾರೆ ಎಂದು ಅಂತಿಮವಾಗಿ ಅರಿವಾಯಿತು ರವರೆಗೆ ಎರಡು ಪರಸ್ಪರ ಆಫ್ ತಮ್ಮ ಕಣ್ಣುಗಳು ಇರಿಸಿಕೊಳ್ಳಲು ಸಾಧ್ಯವಿಲ್ಲ. ಅವರು ಆದೇಶ. ಏನೋ. ಇದು ತಿನ್ನುವುದಕ್ಕೆ ವಿಷಯವಲ್ಲ ಒಂದು ಜೀವಂತವಾಗಿ ಕೀಪಿಂಗ್ ಕೇವಲ ಮಾರ್ಗವಾಗಿತ್ತು. ಇಂದು ಅವರು ಅವರು ತಿನ್ನಲು ಮಾಡಿದರು ಬಗ್ಗೆ ನೋಡಿಕೊಂಡರು ಎಲ್ಲಾ ಆ ಸಂಭವನೀಯವಾಗಿ ಕಡಿಮೆ ಮಾತ್ರ

ಅರ್ಥ. ಅವಳ ಕೂದಲು ಮತ್ತೆ ಟೈ ಎಂದು ಸಡಿಲವಾದ ಬನ್ ರಲ್ಲಿ ತನ್ನ ಚಿನ್ನದ ತುಟಿಗಳು ಸುಮಾರು ಸ್ಮೈಲ್ ರೇಖೆಗಳಲ್ಲಿ ಆಡಲು ಕಾಣುತ್ತದೆ. ಒಂದು ನೀಲಿ ಆಕಾಶ ನೀಲಿ ಕೆನೆ ಸ್ವಲ್ಪ ROUGE ಅವಳ ಗಲ್ಲ ಸುಮಾರು ನಗುವುದು ತನ್ನ ಹುಬ್ಬುಗಳು ಹೈ lited. ತುಟಿಗಳು ಪ್ರಯತ್ನಿಸಿ ಮತ್ತು ಅವಳ ಗಲ್ಲ ಆಫ್ ಮಾಧುರ್ಯ ರುಚಿ ಹಿನ್ನೆಲೆಯನ್ನು ಅಣಕಿಸಿ ಮೊದಲಿಸುತ್ತಿದ್ದಾಗ ಇದು ಒಂದು ನಗು. ಅವಳು ಅವರು ಟಾನ್ slacks ಮತ್ತು ಮರಳಿನ ಬಣ್ಣದ ಸ್ಯಾಂಡಲ್ ಮೇಲೆ, ಯಾವುದೇ ಕ್ಷಣದಲ್ಲಿ ಔಟ್ ಬೀಳುತ್ತವೆ ಎಂದು ಕಾಣುತ್ತಿತ್ತು ಅವಳ ಸ್ತನಗಳನ್ನು ವ್ಯಾಪ್ತಿಗೆ ಬಿಳಿಯ V-ಕುತ್ತಿಗೆ ಶರ್ಟ್, ಯಾವುದೇ ಹೊಂದಿರುವವರು ಧರಿಸಿದ್ದರು. ಅವರು ಅಜ್ಟೆಕ್ ವಿನ್ಯಾಸ ಕಿರುಚಿತ್ರಗಳ ಒಂದು ಜೋಡಿಯ ಮೇಲೆ, ತನ್ನ ಅಜ್ಟೆಕ್ ಕಿವಿಯೋಲೆಯನ್ನು ಆಫ್ ತೋರಿಸಲು, ಒಂದು ಮಗು ನೀಲಿ ಪ್ರಾಥಮಿಕ ಶರ್ಟ್ ಧರಿಸಿದ್ದ. ಅವರ ಕಂದು ಬಣ್ಣದ ಕೂದಲು

ಅರ್ಥಕ್ಕೆ ಮತ್ತು ಮುಂದಿನಿಂದ ಹಿಂದಿನವರೆಗೂ ಜುಟ್ಟುಳ್ಳ ಮಾಡಲಾಯಿತು. ಅವರ ಕನ್ನಡಕ ನಿರಂತರ ಚಲನೆಯ ಬಣ್ಣಗಳ ಸ್ಲೈಡಿಂಗ್ ಮಾದರಿಯನ್ನು ಆಫ್ ತೋರಿಸಿದರು ಹೊಸ ಆಯಾಮದ ರೀತಿಯ ಎಂದು. ತನ್ನ ಕುತ್ತಿಗೆಗೆ ಅವರು ಸ್ನಾತಕ ಆಫ್ ಟೈ ಧರಿಸಿದ್ದ ಆದರೆ ಇಂದು ಅವರು ವಿವಾಹಿತ ಮನುಷ್ಯನ ಟೈ ಬ್ಯಾಸ್ಕೆಟ್ನೊಳಗೆ ಅದನ್ನು ಧರಿಸುತ್ತಿದ್ದರು. ಮದುವೆ ಮಾಡುವ ಒಂದು ವಿರಳವಾಗಿ ವಿಷಯ ಅಲ್ಲಿ ಒಂದು ವಿಶ್ವದ ಒಂದು ಲಾಭದಾಯಕ ಅನುಭವ ಆದ್ದರಿಂದ ಅನುಕೂಲಗಳು ಬಹಳಷ್ಟು ತಂದಿತು. ಎಲ್ಲವೂ ಒಂದು ಹೊಚ್ಚ ಹೊಸ ಮನೆಯಾಗಿದ್ದ ಒಂದು ಎಂದಿಗೂ ಒಂದು ದೊಡ್ಡ ಕುಟುಂಬ ಮೂಡಿಸಲು ಅಗತ್ಯವಿದೆ. ಆದರೆ ಎಲ್ಲಾ ತನ್ನದೇ ಆದ ಸಮಯ ಬರುತ್ತವೆ ಎಂದು. ಇದೀಗ ಕೇವಲ ಒಟ್ಟಿಗೆ ಎಂದು ಪ್ರಾಮುಖ್ಯ ಎಂದು ಎಲ್ಲಾ.

"ನಾನು ಕಳೆದ ರಾತ್ರಿ ನೀವು ಬಗ್ಗೆ ಕಂಡಿದ್ದರು." ರಾನ್ ಶರೋನ್ ಹೇಳಿದರು.

"ನಾನು ತುಂಬಾ ಮಾಡಿದರು." ಅವರು ಹೇಳಿದ್ದ, "ಇದು ನಾನು ನಿಜವಾಗಿ ನಿಮಗೆ ಪ್ರೀತಿ ಮಾಡಿದ ಎಂದು ಆದ್ದರಿಂದ ನಿಜವಾದ ಆಗಿತ್ತು. ಮಾಡಿರುವುದಿಲ್ಲ ನಮ್ಮ ಕನಸಿನಲ್ಲಿ, ಆದರೆ ವಾಸ್ತವ ಜಗತ್ತಿನಲ್ಲಿ, ಆದರೆ ಮಾಂಸ ರಲ್ಲಿ."

"ಇದು ತುಂಬಾ ನನಗೆ ಆ ರೀತಿಯಲ್ಲಿ ಅಭಿಪ್ರಾಯ. ನಮ್ಮ ಕನಸಿನ ಲೈಂಗಿಕ ವಾಸ್ತವ ಒಂದಕ್ಕಿಂತ ತುಂಬಾ ಉತ್ತಮವಾಗಿತ್ತು. ದೇಹದ ಹೆಚ್ಚು ಯಂತ್ರ ವಿಷಯವಲ್ಲ ಜೊತೆ ಅಭಿಪ್ರಾಯ ಸಾಧ್ಯವಾಯಿತು ಕೂಡ. ನಾನು ಹಂತ ಸಂಭೋಗೋದ್ರೇಕದ ಪರಾಕಾಷ್ಠೆಗಳನ್ನು ಶಕ್ತಿಯು ನಾನು ಆದ್ದರಿಂದ ತೀಕ್ಷ್ಣವಾಗಿತ್ತು ಇನ್ನೂ ಅವರಿಂದ ಆಯಾಸಗೊಂಡಿದ್ದು. "ರಾನ್ ತನ್ನ ಕೈ ಸ್ಪರ್ಶಿಸಲ್ಪಟ್ಟ ಮತ್ತು

ಸಂಪರ್ಕದಿಂದ ಜಗಮಗಿಸುತ್ತಿದೆ ಮಿಂಚಿನ ಒಂದು ಮೊಳೆ ಮೂಲಕ ನೋಡಲಾಗುತ್ತದೆ. ಟಚ್ ಇದು ಇಬ್ಬರನ್ನೂ ಜಿಗಿತವನ್ನು ಆದ್ದರಿಂದ ತೀಕ್ಷ್ಣವಾಗಿತ್ತು.

"ನಾನು ನೀಮ ರಾನ್ ಪ್ರೀತಿಸುತ್ತೇನೆ ಆದರೆ ನಾನು ಏನು ಹೆಚ್ಚು ಹೇಳಲಾಗುತ್ತದೆ ಮೊದಲು ಹೇಳಲು ಅಗತ್ಯವಿದೆ ಏನಾದರೂ ಇರುತ್ತದೆ." ಅವಳು ತನ್ನ ಸಂಪೂರ್ಣ ಗಮನವನ್ನು ತಿಳಿದಿತ್ತು ಆದ್ದರಿಂದ ಶರೋನ್ ಕೊಂಚ waited. "ನಾನು ಅದು ಸಂಭವಿಸಿದ ಹೇಗೆ ಗೊತ್ತಿಲ್ಲ, ಅಥವಾ ಏಕೆ, ಆದರೆ ಇದು ಮಾಡಿದರು ಮತ್ತು ನಾನು ಹೇಳಲು ನಾನು ನೀಮ ನಿಜವಾದ ಎಂದು ಇದು ತಿಳಿಯುಮದಿಲ್ಲ ಯೋಚಿಸುಮದಿಲ್ಲ. ನಾಮ ನಮ್ಮ ಕನಸು ಎಂದು ತೀವ್ರ ಫಾರ್ ಮಾಂಸ ಪ್ರೀತಿ ಮಾಡಿದ ವೇಳೆ ಮಾಹಿತಿ ಎಂದು ಹೇಳಿದಳು ಪ್ರೀತಿ ಮಾಡುವ ನಾನು ವಿಚಾರದ ಬಗ್ಗೆ ಪರಿಶೀಲಿಸಿ ನನ್ನ ವೈದ್ಯರು ಹೋದರು. ಈ ಬೆಳಿಗ್ಗೆ ಮತ್ತು ನಾನು ಫಲಿತಾಂಶಗಳು ನಾನು

ಭಾವಿಸಿದ್ದರು ಎಂಬುದರ ಕೇಳಲು ಆಘಾತಕ್ಕೆ ಅವರು ಎಂದು ಹೊರಟಿದ್ದ. ರಾನ್, ನನ್ನ ಜೀವನದ ಪ್ರೀತಿ, ನಾನು ಗರ್ಭಿಣಿ ಮನುಷ್ಯ. ವೈದ್ಯರು ಇದು ಒಂದು ಹುಡುಗ ಇರುತ್ತದೆ ಮತ್ತು ಅದನ್ನು ತಪ್ಪು ಏನೂ ಇರುವುದಿಲ್ಲ ಹೇಳುತ್ತಾರೆ. ಅವರು ನಾನು ಅವಧಿಗೆ ಬೇಬಿ ತರುವ ಅಗತ್ಯವಿದೆ ಎಲ್ಲಾ ಹೊಡೆತಗಳನ್ನು ನೀಡಿದರು. ನಾನು ನೀವು ಮನಸ್ಸಿಗೆ ಆತ ಭಾವಿಸಿರಲಿಲ್ಲ, ನಾನು ತಪ್ಪು? "

ರಾನ್ ಏನು ಹೇಳುವ ಮೊದಲು ದೀರ್ಘ ಕಾಲ ಶರೋನ್ ನಲ್ಲಿ ಮುಗುಳ್ನಕ್ಕು. "ಇಲ್ಲ ನೀವು ಒಂದು ದಿನ ನಾವು ಏನಾಯಿತು ಕಂಡುಹಿಡಿಯಲು ಇರಬಹುದು.. ಇದು ನಮ್ಮ ಮಕ್ಕಳ ಹೊತ್ತಿದ್ದಾರೆ ಎಂದು ಅದ್ಭುತ ಇಲ್ಲಿದೆ. ನಾನು ಕಳೆದ ರಾತ್ರಿ ನಡೆಯುತ್ತಿದೆ ಏನಾದರೂ ಅಭಿಪ್ರಾಯ ಆದರೆ ಇದು ಯಾವ ತಿಳಿದಿರಲಿಲ್ಲ. ವಿಶ್ವದ ಅತ್ಯಂತ ಅದ್ಭುತ ವಿಷಯ   ತಪ್ಪು ಇರಲಿಲ್ಲ ಆದರೆ ಇದೀಗ

ಇದು ನಿಜವಾಗಿಯೂ ವಿಷಯವಲ್ಲ. ನಾವು ಮಾಡಬೇಕಾದ್ದು ಏನು ಹೋಗಿ ಮದುವೆಯಾದ. ಈಗ, ನೀವು ತಿನ್ನುವೆ ಪಡೆಯಲು ಇದೆ? "

"ಹೌದು ನಾನು ತಿನ್ನುವೆ." ಅವಳು ಅವನತ್ತ ಮುಗುಳ್ನಕ್ಕು ಮಾಹಿತಿ ಶರೋನ್ ಹೇಳಿದರು. "ಹೋಗೋಣ ನಡೆಯಿರಿ."

ಎರಡು ಬಾಗಿಲು ಔಟ್ ನಲ್ಲೂ ಮಾಹಿತಿ ರಾನ್ ಊಟದ ಹಣ. ಎರಡು ಗಂಟೆಗಳ ನಂತರ, ಅವರು ಅಷ್ಟು ಕಡಿಮೆ ಕಾಲಾವಕಾಶದಲ್ಲಿ ಇನ್ನೊಬ ಒಟ್ಟಿಗೆ ಸಾಧ್ಯವಾಯಿತು ಎಲ್ಲಾ ಸ್ನೇಹಿತರ ಮುಂದೆ, ಅವರಿಬ್ಬರೂ ಮದುವೆಯಾದರು. ಒಂದು ಸುಂಟರಗಾಳಿ ರಲ್ಲಿ ಅವರು ಎರಡು ವಾರ ಮಧುಚಂದ್ರಕ್ಕೆ ಬಿಡುವ ಮುಂಚೆ ಒಂದು ಸ್ವಾಗತ ಹೊಂದಿತ್ತು. ಇದು ಸಂದರ್ಭದಲ್ಲಿ ಅವರು ಮತ್ತೆ ಪಡೆದಾಗ ಅವರು ಅಗತ್ಯವಿದೆ ಎಲ್ಲಾ ಕೀಲಿಗಳನ್ನು ತಮ್ಮ ಹೊಸ ಮನೆ ವಿಳಾಸದೊಂದಿಗೆ ಸರ್ಕಾರದಿಂದ ಫೋಲ್ಡರ್ ಸಿಕ್ಕಿತು.

ಹಡಗಿನ ಹೆಸರು ಟೈಟಾನಿಕ್ III ನೇ

ಅಂತಿಮ

CPSIA information can be obtained at www.ICGtesting.com
Printed in the USA
LVOW10s1049060916

503404LV00022B/500/P